UPPGÖTVAÐU TÖFRA HÆGFARA MATREIÐSLU MEÐ 5 INNIHALDSEFNUM

UMBREYTTU MATARTÍMA ÞÍNUM MEÐ ÁREYNSLULAUSUM, HOLLUM OG LJÚFFENGUM UPPSKRIFTUM SEM GERÐAR ERU MEÐ AÐEINS ÖRFÁUM LYKILHRÁEFNUM

Lukka Waage

Allur réttur áskilinn.

Fyrirvari

Upplýsingunum sem er að finna í þessari rafbók er ætlað að þjóna sem alhliða safn aðferða sem höfundur þessarar rafbókar hefur rannsakað. Samantektir, aðferðir, ábendingar og brellur eru einungis mælt með af höfundi og lestur þessarar rafbókar mun ekki tryggja að niðurstöður manns muni nákvæmlega endurspegla niðurstöður höfundar. Höfundur rafbókarinnar hefur lagt allt kapp á að veita lesendum rafbókarinnar núverandi og nákvæmar upplýsingar. Höfundur og félagar hans munu ekki bera ábyrgð á óviljandi villu eða vanrækslu sem kunna að finnast. Efnið í rafbókinni getur innihaldið upplýsingar frá þriðja aðila. Efni frá þriðja aðila samanstanda af skoðunum frá eigendum þeirra. Sem slíkur tekur höfundur rafbókarinnar ekki ábyrgð eða ábyrgð á efni eða skoðunum þriðja aðila. Hvort sem það er vegna framfara internetsins, eða ófyrirséðra breytinga á stefnu fyrirtækisins og leiðbeiningum um ritstjórn, getur það sem fram kemur sem staðreynd þegar þetta er skrifað orðið úrelt eða óviðeigandi síðar.

Rafbókin er höfundarrétt © 202 2 með öllum rétti áskilinn. Það er ólöglegt að endurdreifa, afrita eða búa til afleitt verk úr þessari rafbók í heild eða að hluta. Enga hluta þessarar skýrslu má afrita eða endursenda á nokkurn hátt afrita eða endursenda á nokkurn hátt án skriflegs og undirritaðs leyfis höfundar.

EFNISYFIRLIT

EFNISYFIRLIT 3

INNGANGUR 6

FRYSTISKÁPUR 7

   1. Salsa Verde Crockpot kjúklingauppskrift 8
   2. Lime rifið svínakjöt 10
   3. Fylltar paprikur 12
   4. Makkarónur og ostur 14
   5. Nautasteik og gulrætur 16
   6. Lasagnasúpa 19
   7. Veislu svínasteikt 21
   8. Chicken Tacos 23
   9. Sítrónupipar kjúklingur 25
   10. Engifer ferskjakjúklingur 27
   11. Hawaiian kjúklingur 29
   12. Grunnpottsteikt 31
   13. Pylsufylltar lítill paprikur 33
   14. Kjötbollur grænmetissúpa 36
   15. Svínakjöt og súrkál 38
   16. Banani pipar rifið nautakjöt 40
   17. Trönuberjakjúklingur og grænar baunir 42
   18. Trönuberjasvínasteikur 44
   19. Mississippi steikt 46
   20. Pepperoncini rifið nautakjöt 48
   21. Kjúklingur Teriyaki 50
   22. Heitur pipar svínakjöt og smjörhnetur 52
   23. Pottsteikt með grænum baunum 54
   24. Mexíkóskur chili með maísbrauði 56
   25. Mason jar Bolognese 58
   26. Crockpot Salsa Tyrkland 61
   27. Carnitas máltíðarskálar 63
   28. Krydduð rækju- og ostadýfa 66

SÚPA 68

   29. Kartöflukæfa 69

30. Grænmetisland Chili 71
31. Steiktur kalkúnn chili 74
32. Butternut Squash og Linsubaunasúpa 77
33. Skinku- og Pinto-baunasúpa 80

FORRÉTTIR 118

48. Slow-Cooked Smokies 119
49. Crockpot fylltar paprikur 121
50. Blómkáls- og cheddarbollur 124
51. Ostfyllt kartöflubrauð 126
52. Indverskar kúmen karrý franskar 128
53. Kjöt hamborgarar 130
54. Crockpot eftirrétt burritos 132
55. Crockpot taco kaka 134
56. Crockpot Green Bean Meat Loaf 136
57. Frábær Chile Relleno 138
58. Indverskur pemmíkan 140
59. Pylsukúlur í Crockpot 142

NAUTAKJÖT, SVÍNAKJÖT OG KJÚKLINGAKJÖT 144

60. Santa Fe súpa 145
61. Fiesta kjúklingur 147
62. Teriyaki kjúklingur 149
63. Dregið grillaður kjúklingur 151
64. Ananas svínakjöt 153
65. Trönuberja svínasteikt 155
66. Epli BBQ Svínalund 157
67. Pepperoncini London Broil 159

MEÐLÆTI 161

68. Slow Bake Mac N Cheese 162
69. Crock Pot bakaðar sætar kartöflur 164

EFTIRLITIR 166

70. Ananaskaka á hvolfi 167
71. Crockpot dump cake 169
72. Crockpot Eplakökuskóvél 171
73. Simply Crockpot súkkulaðikaka 173
74. Crockpot ferskja eftirréttur 175

75. Crockpot eplabitar ... 177
76. Crockpot brómberjabúðingur ... 179
77. Crockpot ananas kaka á hvolfi ... 181
78. Ávaxtaskósmiður í Crockpot ... 183
79. Crockpot three súkkulaðikaka ... 185
80. Crockpot Fruit Crisp ... 187
81. Þýskar pönnukökur ... 189
82. Crockpot pylsu morgunmatur ... 191
83. Crockpot grillaður ostur ... 193
84. Crockpot franskt ristað brauð ... 195
85. Crockpot pönnukökur ... 197
86. Crockpot Pítu vasar ... 200
87. Crockpot Country morgunverður ... 202
88. Crockpot pylsa pottur ... 204
89. Crockpot Breakfast ... 207
90. Crockpot Crustless Quiche ... 209
91. Morgunverðarrúllur ... 212
92. Bláberjamuffins ... 215
93. Crockpot Cinnamon Donuts ... 218
94. Crockpot Pecan & Caramel Rolls ... 220
95. Crockpot kjöt og grænmeti ... 222
96. Crockpot quiche ... 225
97. Crockpot Cheddar Mountain Man ... 228
98. Crockpot Breakfast Casserole ... 230
99. Pítuvasamorgunmatur ... 232
100. Crockpot Hash Brown Quiche ... 234

NIÐURSTAÐA ... 237

KYNNING

Að vera upptekinn gefur þér ekki rétt til að borða úti á kvöldin. Þó að það sé þægilegt að borða úti ertu ekki viss um að maturinn sem þú borðar innihaldi heilbrigt hráefni. Málið er að þú getur borðað ljúffengar og hollar máltíðir þrátt fyrir annasaman dagskrá ef þú átt crockpot.

Með þessari bók geturðu borðað uppáhalds þægindamatinn þinn þrátt fyrir annasama dagskrá.

Það getur verið erfitt að búa til þína eigin uppáhalds máltíð, sérstaklega ef þú hefur ekki mikinn tíma til að eyða í eldhúsinu. Það sem gerir það erfiðara að elda mat er að sumar uppskriftir krefjast mikils hráefnis, sem getur komið illa við flesta nýliða í eldhúsi. Reyndar er þetta ástæðan fyrir því að svo margir nýliðir í eldhúsi gefast upp á að læra að elda vegna þess að sumar uppskriftir eru einfaldlega of erfiðar til að fylgja.

FRYSTIÐ

1. Salsa Verde Crockpot kjúklingauppskrift

Afrakstur: 6 skammtar

HRÁEFNI

2 pund beinlausar, roðlausar kjúklingabringur

15oz dós svartar baunir, tæmdar og skolaðar

15oz dós maís, tæmd og skoluð

16oz krukku salsa verde

8oz pakki rjómaostur

LEIÐBEININGAR

Bætið öllum hráefnum í frystipokann nema rjómaosti. Bætið kjúklingi í frystipokann síðast svo það sé fyrsta hráefnið sem hellt er í pottinn þinn.

Fjarlægðu eins mikið loft úr frystipokanum og mögulegt er, lokaðu og leggðu flatt í frystinum þínum.

Kvöldið áður en þú eldar, færðu frosinn poka í kæliskápinn þinn til að þiðna.

Að morgni eldunar, helltu innihaldi frystipoka í crockpot þinn.

Eldið í crockpot á „low" í 6 klukkustundir eða þar til kjúklingurinn er eldaður í gegn.

Bætið við rjómaosti (kastið honum bara ofan á) og látið standa í um 1/2 klst.

2. Lime rifið svínakjöt

Afrakstur: 4-6 skammtar

HRÁEFNI

2 ½ pund bein-í svínaaxlarsteik

Safinn úr tveimur lime

1 matskeið hunang

1/2 tsk malaður cayenne rauður pipar

1/4 tsk salt

LEIÐBEININGAR

Bættu öllum hráefnum í frystipokann þinn.

Fjarlægðu eins mikið loft úr frystipokanum og mögulegt er, lokaðu og leggðu flatt í frystinum þínum.

Kvöldið áður en þú eldar, færðu frosinn poka í kæliskápinn þinn til að þiðna.

Að morgni eldunar, helltu innihaldi frystipoka í crockpot þinn

Eldið á „lágri" stillingu í 8-12 klukkustundir eða þar til svínakjöt er eldað í gegn og dettur af beinum.

Fjarlægðu svínakjöt af beinum.

Rífið niður og berið fram.

Berið fram á tortillum eða hrísgrjónum og toppið með uppáhalds taco álegginu þínu, eins og rifnu salati, osti og tómötum.

3. Fylltar paprikur

Afrakstur: 4 skammtar

HRÁEFNI

1 pund magurt nautahakk (að minnsta kosti 85%)

1 laukur, afhýddur og skorinn í teninga

1 hvítlauksgeiri, saxaður

4 litlar paprikur, toppar skornir af (eða 2 stórar paprikur, skornar langsum) og hreinsaðar

24oz krukku af uppáhalds pastasósunni þinni (reserve 2T)

1 lítra frystipoki úr plasti

LEIÐBEININGAR

Blandið kjöti, lauk, hvítlauk og 2 matskeiðar af pastasósu í stóra skál.

Skiptið blöndunni í fjóra jafna hluta og stingið vel í paprikuna.

Bætið afganginum af sósunni í kvartstærð poka, innsiglið og bætið í lítra stóra poka með fylltri papriku.

Fjarlægðu eins mikið loft og mögulegt er, lokaðu og leggðu flatt í frystinum þínum.

Kvöldið áður, færðu í kæli til að þiðna.

Setjið papriku í crockpot og hyljið með sósu.

Eldið í crockpot á „lágri" stillingu í 6-8 klukkustundir.

Berið fram með hrísgrjónum.

4. Makkarónur og ostur

Afrakstur: 4 skammtar

HRÁEFNI

4 1/2 c. olnbogamakkarónur, ósoðnar

8oz cheddar ostur, rifinn (um það bil 2 bollar)

8oz pakki rjómaostur, skorinn í teninga

4 bollar mjólk

salt og pipar eftir smekk

1 lítra frystipoki úr plasti

LEIÐBEININGAR

Bættu öllum hráefnum í frystipokann þinn.

Fjarlægðu eins mikið loft úr frystipokanum og mögulegt er, lokaðu og leggðu flatt í frystinum þínum.

Bætið öllum hráefnum í crockpot. Lokið og eldið á lágum hita í 3-4 klst.

Hrærið allan eldunartímann til að sameina hráefni.

5. Nautakjötssteikt og gulrætur

Afrakstur: 4 skammtar

HRÁEFNI

2 punda beinlaus nauta chuck öxl steikt

2 pund gulrætur, skrældar og skornar í hæfilega stóra bita

3 matskeiðar extra virgin ólífuolía

2 matskeiðar rauðvínsedik

1 kryddpakki (Við elskum McCormick Grill Mates mesquite eða chipotle kryddið) EÐA 3 matskeiðar af uppáhalds heimabökuðu kryddblöndunni þinni eins og heimabakað taco krydd.

1 lítra frystipoki úr plasti

LEIÐBEININGAR

Bættu öllum hráefnum í frystipokann þinn. Bætið nautakjöti síðast í frystipokann svo það sé fyrsta hráefnið sem hellt er í pottinn þinn.

Fjarlægðu eins mikið loft úr frystipokanum og mögulegt er, lokaðu og leggðu flatt í frystinum þínum.

Kvöldið áður en þú eldar, færðu frosinn poka í kæliskápinn þinn til að þiðna.

Að morgni eldunar, helltu innihaldi frystipoka í crockpot þinn.

Eldið á „lágri" stillingu í 8 klukkustundir þar til nautakjötið rifnar auðveldlega niður með gaffli.

Berið fram með hrísgrjónum eða maísmuffins.

6. Lasagna súpa

Afrakstur: 6 skammtar

HRÁEFNI

24oz krukku af pastasósu

15oz dós af cannellini baunum, tæmd og skoluð

2 ½ oz ferskt barnaspínat (um það bil 3 bollar) - þetta lítur út fyrir að vera mikið, en það eldast niður í seyði

4 bollar af kjúklingasoði

3 ósoðnar lasagna núðlur, brotnar í litla bita

1 lítra frystipoki úr plasti

LEIÐBEININGAR

Bætið öllum hráefnum í frystipokann, nema kjúklingasoði og lasagna núðlur.

Lokaðu og frystu í allt að þrjá mánuði.

Píða.

Bættu innihaldi frystipokans í crockpottinn þinn og bættu við kjúklingasoði.

Lokið og eldið í 6-8 klukkustundir á „lágsta" stillingu.

Bætið núðlum út í og eldið í 30 mínútur til viðbótar.

Toppið með rifnum parmesanosti og berið fram með hvítlauksbrauði.

7. Veislu svínasteikt

Afrakstur: 4 skammtar

HRÁEFNI

2 ½ pund úr beinum svínaöxl

1 bolli vínberjahlaup

1 bolli tómatsósa

1/4 tsk malað pipar

1 lítra frystipoki úr plasti

LEIÐBEININGAR

Sameina öll hráefnin í frystipokann þinn.

Fjarlægðu eins mikið loft og mögulegt er, lokaðu og leggðu flatt í frystinum þínum.

Kvöldið áður, færðu í kæli til að þiðna.

Bætið innihaldi frystipokans í crockpot.

Eldið á „lágri" stillingu í 8 klukkustundir eða þar til kjötið losnar auðveldlega í sundur með gaffli.

Fjarlægðu svínakjötið úr pottinum þínum og aðskilið kjötið frá beinum með gaffli. (Kjötið ætti að detta af beinum.)

Sigtið safann sem eftir er í pottinum og berið fram sem sósu með kjötinu.

Berið fram með heimagerðri kartöflumús og soðnu spergilkáli.

8. Kjúklinga Tacos

Afrakstur: 4 skammtar

HRÁEFNI

1 pund beinlausar roðlausar kjúklingabringur, fitusnyrtar

1 pakki af taco kryddblöndu

1 bolli kjúklingasoð

1 lítra frystipoki úr plasti

LEIÐBEININGAR

Sameina öll hráefnin í frystipokann þinn.

Fjarlægðu eins mikið loft og mögulegt er, lokaðu og leggðu flatt í frystinum þínum.

Kvöldið áður, færðu í kæli til að þiðna.

Bætið innihaldi frystipokans í crockpot.

Eldið á „lágri" stillingu í 6 klukkustundir eða þar til kjúklingurinn er mjúkur.

Rífið niður kjúkling.

Berið fram á mjúkum eða hörðum tortillum og toppið með uppáhalds taco áleggi eins og salati, tómötum og rifnum osti.

9. Sítrónupipar kjúklingur

Afrakstur: 3 skammtar

HRÁEFNI

1 pund beinlausar, roðlausar kjúklingabringur, fitusnyrtar

1/4 bolli extra virgin ólífuolía

Safinn úr einni sítrónu (um 3 matskeiðar)

1/2 tsk nýmalaður svartur pipar

1/4 tsk salt

1 lítra frystipoki úr plasti

LEIÐBEININGAR

Bættu öllum hráefnum í frystipokann þinn.

Fjarlægðu eins mikið loft úr frystipokanum og mögulegt er, lokaðu og leggðu flatt í frystinum þínum.

Kvöldið áður en þú eldar, færðu frosinn poka í kæliskápinn þinn til að þiðna.

Að morgni eldunar, helltu innihaldi frystipoka í crockpot þinn.

Eldið á „lágri" stillingu í 3-6 klukkustundir eða þar til kjúklingurinn er eldaður í gegn og meyr

10. Engifer ferskja kjúklingur

Afrakstur: 6 skammtar

HRÁEFNI

2 pund beinlaus, roðlaus kjúklingalæri

1 bolli ferskjusulta

1 matskeið lág natríum sojasósa

1 tommu fersk engiferrót, afhýdd og rifin

3 hvítlauksrif, afhýdd og söxuð

LEIÐBEININGAR

Bættu öllum hráefnum í frystipokann þinn.

Fjarlægðu eins mikið loft úr frystipokanum og mögulegt er, lokaðu og leggðu flatt í frystinum þínum.

Elda

Kvöldið áður en þú eldar, færðu frosinn poka í kæliskápinn þinn til að þiðna.

Að morgni eldunar, helltu innihaldi frystipoka í crockpot þinn.

Eldið á „lágri" stillingu í 6 klukkustundir eða þar til kjúklingurinn rifnar auðveldlega.

Rífið kjúklinginn niður og setjið aftur í crockpot til að blanda saman við safa.

Berið fram með hrísgrjónum og grænum baunum.

11. Hawaiian kjúklingur

Afrakstur: 6 skammtar

HRÁEFNI

2 pund beinlausar, roðlausar kjúklingabringur, skornar í hæfilega stóra bita

1 ferskur ananas með stilk, hýði og kjarna fjarlægð og skorinn í hæfilega stóra bita

2 matskeiðar ljós púðursykur

2 matskeiðar lágt natríum sojasósa

1 lítra frystipoki úr plasti

LEIÐBEININGAR

Í frystipokann þinn skaltu bæta ananas, púðursykri, sojasósu og kjúklingabringum. (Bætið kjúklingabringunum síðast í pokann, svo þær séu fyrsta hráefnið sem hellt er í pottinn þinn.)

Fjarlægðu eins mikið loft úr frystipokanum og mögulegt er, lokaðu og leggðu flatt í frystinum þínum.

Kvöldið áður en þú eldar, færðu frosinn poka í kæliskápinn þinn til að þiðna.

Að morgni eldunar skaltu hella innihaldi frystipokans í crockpottinn þinn og elda á „lágri" stillingu í 4-6 klukkustundir, eða þar til kjúklingurinn er eldaður í gegn og mjúkur.

Berið fram með hýðishrísgrjónum og spergilkáli og njótið!

12. Grunnpottsteikt

Afrakstur: 4 skammtar

HRÁEFNI

2 punda beinlaus nautasteik

1 pakki lauksúpublanda

1 meðalstór laukur, afhýddur og skorinn í sneiðar

1 pund gulrætur, skrældar og saxaðar

1 bolli vatn (ekki þörf fyrr en á eldunardegi)

1 lítra frystipoki úr plasti

LEIÐBEININGAR

Í frystipokann þinn skaltu bæta öllum hráefnum (nema vatni).

Fjarlægðu eins mikið loft úr frystipokanum og mögulegt er, lokaðu og leggðu flatt í frystinum þínum.

Kvöldið áður en þú eldar, færðu frosinn poka í kæliskápinn þinn til að þiðna.

Að morgni eldunar skaltu hella innihaldi frystipokans í crockpottinn þinn og bæta við vatni.

Eldið á „lágsta" stillingu fyrir „lágt" í 8 klukkustundir.

Takið kjötið úr pottinum og rífið það með gaffli.

Sigtið nautakraftinn og berið fram með kjöti og gulrótum.

Berið fram með kartöflum eða hrísgrjónum.

13. Pylsufylltar Mini paprikur

Afrakstur: 4 skammtar

HRÁEFNI

16oz poki af lítilli sætri papriku

1 pund möluð ítölsk pylsa (við viljum heita)

24oz krukku af spaghettísósu

8oz mozzarella ostur, rifinn

1 lítra frystipoki úr plasti

1 lítra stór frystipoki úr plasti

LEIÐBEININGAR

Skerið toppa af papriku og fjarlægið fræ.

Fylltu paprikuna með pylsum.

Bætið fylltri papriku og spaghettísósu í lítra stóra pokann.

Í kvartstærð frystipokann þinn skaltu bæta við rifnum osti.

Kvöldið áður en þú eldar, færðu frosinn poka í kæliskápinn þinn til að þiðna.

Bætið innihaldi lítra pokans í crockpot og eldið í 8 klukkustundir eða þar til pylsan er elduð í gegn og paprikan mjúk. (skilið ostinn eftir í kæli)

Bætið mozzarella osti út í og eldið í 10 mínútur til viðbótar eða þar til hann er bráðinn.

Berið fram yfir spaghetti.

14. Kjötbollur grænmetissúpa

Afrakstur: 6 skammtar

HRÁEFNI

1 pund litlar kjötbollur (keyptar í búð eða heimabakaðar)

24oz krukku af pastasósu (um það bil 5 bollar)

1 pund gulrætur, skrældar og saxaðar

3 bollar grænar baunir, endarnir skornir af og skornir í hæfilega stóra bita

4 bollar kjúklingasoð (ekki þörf fyrr en eldunardagur)

1 lítra frystipoki úr plasti

LEIÐBEININGAR

Bætið öllum hráefnum í frystipokann nema kjúklingasoði.

Fjarlægðu eins mikið loft úr frystipokanum og mögulegt er, lokaðu og leggðu flatt í frystinum þínum.

Kvöldið áður en þú eldar, færðu frosinn poka í kæliskápinn þinn til að þiðna.

Að morgni eldunar, bætið innihaldi frystipokans í crockpottinn þinn og bætið við kjúklingasoði.

Eldið á „lágri" stillingu í 8 klukkustundir eða þar til grænmetið er mjúkt.

Þessi súpa er frábær á bragðið með brauðbita til hliðar.

15. Svínakjöt og súrkál

Afrakstur: 4 skammtar

HRÁEFNI

2 pund beinlaus svínasteikt

Tvær 16oz krukkur af súrkáli (ótæmd)

2 matskeiðar hunang

1 tsk kúmenfræ

1 lítra frystipoki úr plasti

LEIÐBEININGAR

Bættu öllum hráefnum í frystipokann þinn.

Fjarlægðu eins mikið loft úr frystipokanum og mögulegt er, lokaðu og leggðu flatt í frystinum þínum.

Kvöldið áður en þú eldar, færðu frosinn poka í kæliskápinn þinn til að þiðna.

Að morgni eldunar, helltu innihaldi frystipoka í crockpot þinn.

Eldið á „lágri" stillingu í 8 klukkustundir, þar til svínakjöt rifnar auðveldlega niður með gaffli.

Berið fram með kartöflum og eplamósu.

16. Banani pipar rifið nautakjöt

Afrakstur: 4 skammtar

HRÁEFNI

2 pund beinlaus nautakjöt chuck öxl steikt

4 ferskar banani paprikur (mildar eða heitar), fræ fjarlægð og skorin í sneiðar

1 meðalgulur laukur, afhýddur og skorinn í sneiðar

2 bollar nautakraftur

1 lítra frystipoki úr plasti

LEIÐBEININGAR

Bættu öllum hráefnum í frystipokann þinn.

Fjarlægðu eins mikið loft úr frystipokanum og mögulegt er, lokaðu og leggðu flatt í frystinum þínum.

Kvöldið áður en þú eldar, færðu frosinn poka í kæliskápinn þinn til að þiðna.

Að morgni eldunar, helltu innihaldi frystipoka í crockpot þinn.

Eldið á „lágri" stillingu í 8 klukkustundir.

Rífið kjötið niður og berið fram á rúllum með salati.

17. Trönuberjakjúklingur og grænar baunir

Afrakstur: 6 skammtar

HRÁEFNI

1 pund frosnar grænar baunir

15oz dós af heilli trönuberjasósu

1 pakki af lauksúpublöndu

2 pund beinlausar, roðlausar kjúklingabringur

LEIÐBEININGAR

Bættu öllum hráefnum í frystipokann þinn. Bætið kjúklingi í frystipokann síðast svo það sé fyrsta hráefnið sem hellt er í pottinn þinn.

Fjarlægðu eins mikið loft úr frystipokanum og mögulegt er, lokaðu og leggðu flatt í frystinum þínum.

Elda

Kvöldið áður en þú eldar, færðu frosinn poka í kæliskápinn þinn til að þiðna.

Að morgni eldunar, helltu innihaldi frystipoka í crockpot þinn.

Eldið á „lágri" stillingu í 4-6 klukkustundir.

Rífið niður kjöt.

Berið fram soðinn kjúkling, grænar baunir og trönuberjasósu með fyllingu.

18. Trönuberja svínasteikt

Afrakstur: 4 skammtar

HRÁEFNI

2 ½ pund úr beinum svínaöxl

15oz dós heil berja trönuberjasósa

1/4 bolli hunang

1/4 bolli þurrkaður hakkaður laukur

LEIÐBEININGAR

Sameina öll hráefnin í frystipokann þinn.

Fjarlægðu eins mikið loft og mögulegt er, lokaðu og leggðu flatt í frystinum þínum.

Kvöldið áður, færðu í kæli til að þiðna.

Bætið innihaldi frystipokans í crockpot.

Eldið á „lágri" stillingu í 8 klukkustundir eða þar til svínakjöt rifnar auðveldlega niður með gaffli.

Fjarlægðu bein og rífðu kjötið.

19. Mississippi steikt

Afrakstur: 4 skammtar

HRÁEFNI

2 punda chuck steikt

1 únsa pakki af þurru búgarðskryddblöndu

1 aura pakki af þurru au jus sósublöndu

1 stafur ósaltað smjör

5-6 pepperoncini

LEIÐBEININGAR

Bættu öllum hráefnum í frystipokann þinn.

Fjarlægðu eins mikið loft úr frystipokanum og mögulegt er, lokaðu og leggðu flatt í frystinum þínum.

Kvöldið áður en þú eldar, færðu frosinn poka í kæliskápinn þinn til að þiðna.

Helltu innihaldi frystipokans í crockpottinn þinn.

Eldið við lágan hita í 8 klst.

Rífið kjötið niður og berið fram með kartöflumús og gulrótum.

20. Pepperoncini rifið nautakjöt

Afrakstur: 4 skammtar

HRÁEFNI

2 punda beinlaus nauta chuck öxl steikt, fitu snyrt

12oz krukku af pepperoncini

6 hvítlauksrif, afhýdd

1/2 tsk pipar

LEIÐBEININGAR

Bætið öllum hráefnum í frystipokann þinn, þar á meðal safa úr pepperoncini.

Fjarlægðu eins mikið loft úr frystipokanum og mögulegt er, lokaðu og leggðu flatt í frystinum þínum.

Kvöldið áður en þú eldar, færðu frosinn poka í kæliskápinn þinn til að þiðna.

Að morgni eldunar, helltu innihaldi frystipoka í crockpot þinn.

Eldið á „lágri" stillingu í 8 klukkustundir eða þar til kjötið rifnar auðveldlega.

Berið fram á rúllum með hliðarsalati.

21. Teriyaki kjúklingur

Afrakstur: 3 skammtar

HRÁEFNI

1 pund beinlausar roðlausar kjúklingabringur

5oz teriyaki sósa

16 oz poki af frosnu hrærðu grænmeti

LEIÐBEININGAR

Bættu öllum hráefnum í frystipokann þinn. Bætið kjúklingi í frystipokann síðast svo það sé fyrsta hráefnið sem hellt er í pottinn þinn.

Fjarlægðu eins mikið loft úr frystipokanum og mögulegt er, lokaðu og leggðu flatt í frystinum þínum.

Kvöldið áður en þú eldar, færðu frosinn poka í kæliskápinn þinn til að þiðna.

Að morgni eldunar, helltu innihaldi frystipoka í crockpot þinn.

Eldið á „lágri" stillingu í 6-8 klukkustundir eða þar til kjúklingurinn er eldaður í gegn og meyr.

Berið fram yfir hrísgrjónum.

22. Heitt pipar svínakjöt og Butternut Squash

Afrakstur: 3 skammtar

HRÁEFNI

1 pund svínakjöt

16oz poki af frosnum butternut-squash (þú getur ferskt)

8oz krukku af heitu piparhlaupi

LEIÐBEININGAR

Bættu öllum hráefnum í frystipokann þinn.

Fjarlægðu eins mikið loft úr frystipokanum og mögulegt er, lokaðu og leggðu flatt í frystinum þínum.

Kvöldið áður en þú eldar, færðu frosinn poka í kæliskápinn þinn til að þiðna.

Að morgni eldunar skaltu hella innihaldi lítra frystipoka í crockpot þinn.

Eldið á lágu hitastigi í 6-8 klukkustundir eða þar til svínakjötið er orðið meyrt.

Berið fram með hrísgrjónum.

23. Pottsteikt með grænum baunum

Afrakstur: 4 skammtar

HRÁEFNI

2 punda beinlaus nauta chuck öxl steikt, fitu snyrt

1 pund ferskar eða frosnar grænar baunir

1 pund rússet kartöflur (4 litlar), þvegnar og skornar í 1 tommu bita

1 pakki af lauksúpublöndu (eða heimagerð blanda)

1 bolli vatn (ekki þörf fyrr en á eldunardegi)

LEIÐBEININGAR

Í frystipokann þinn skaltu bæta öllum hráefnum nema vatni. (Skerið kartöflur síðast svo þær verði ekki fyrir lofti mjög lengi.)

Fjarlægðu eins mikið loft úr frystipokanum og mögulegt er, lokaðu og leggðu flatt í frystinum þínum.

Kvöldið áður en þú eldar, færðu frosinn poka í kæliskápinn þinn til að þiðna.

Bættu innihaldi frystipokans í crockpottinn þinn með vatni.

Eldið í 8 klukkustundir á „lágri" stillingu þar til nautakjötið rifnar auðveldlega niður með gaffli.

Rífið kjötið niður og berið fram með soðnum grænum baunum og kartöflum.

24. Mexíkóskur chili með maísbrauði

Afrakstur: 4 skammtar

HRÁEFNI

1 pund magurt nautahakk (að minnsta kosti 85%)

1 lítill gulur laukur, saxaður (um einn bolli)

1 græn paprika

1 bolli frosinn maís

2 matskeiðar og 1½ tsk af heimagerðu taco kryddi eða 1 pakki af verslunarkeyptu taco kryddi

75oz dós af þéttri tómatsúpu

1 lítra frystipoki úr plasti

LEIÐBEININGAR

Bættu öllum hráefnum í frystipokann þinn.

Fjarlægðu eins mikið loft úr frystipokanum og mögulegt er, lokaðu og leggðu flatt í frystinum þínum.

Kvöldið áður en þú eldar, færðu frosinn poka í kæliskápinn þinn til að þiðna.

Helltu innihaldi frystipokans í crockpottinn þinn.

Eldið á „lágri" stillingu í 6-8 klukkustundir þar til nautakjötið er eldað í gegn.

Brjótið í sundur nautakjötið og blandið öllu hráefninu saman.

Toppið með rifnum cheddar osti og berið fram með maísbrauði.

25. Mason jar Bolognese

HRÁEFNI

2 matskeiðar ólífuolía

1 pund nautahakk

1 pund ítalsk pylsa, hlíf fjarlægð

1 laukur, saxaður

4 hvítlauksgeirar, saxaðir

3 (14,5 únsur) dósir sneiddir tómatar, tæmdir

2 (15 aura) dósir tómatsósa

3 lárviðarlauf

1 tsk þurrkað oregano

1 tsk þurrkuð basil

½ tsk þurrkað timjan

1 tsk kosher salt

½ tsk nýmalaður svartur pipar

2 (16 aura) pakkar fituskertur mozzarellaostur, í teningum

32 aura ósoðinn heilhveiti fusilli, soðinn samkvæmt pakkaleiðbeiningum; um 16 bollar eldaðir

LEIÐBEININGAR

Hitið ólífuolíuna á stórri pönnu við meðalháan hita. Bætið nautahakkinu, pylsunni, lauknum og hvítlauknum saman við. Eldið þar til það er brúnt, 5 til 7 mínútur, vertu viss um að mylja nautakjötið og pylsuna þegar það eldar; tæma umfram fitu.

Flyttu nautahakkblönduna yfir í 6 lítra crockpot. Hrærið tómötum, tómatsósu, lárviðarlaufum, oregano, basil, timjan, salti og pipar saman við. Lokið og eldið við lágan hita í 7 klukkustundir og 45 mínútur. Takið lokið af og snúið pottinum á hátt. Haltu áfram að elda í 15 mínútur þar til sósan hefur þykknað. Fargið lárviðarlaufunum og látið sósuna kólna alveg.

Skiptu sósunni í 16 (24 aura) glerkrukkur með breiðum munni með loki eða öðrum hitaþéttum ílátum. Toppið með mozzarella og fusilli. Geymið í kæli í allt að 4 daga.

Til að þjóna, örbylgjuofn, afhjúpað, þar til það er hitað í gegn, um 2 mínútur. Hrærið til að blanda saman.

26. Crockpot Salsa Tyrkland

Gefur 6 skammta

HRÁEFNI

20 únsur. (600g) extra magrar kalkúnabringur

1 15,5 únsur. krukku (440g) af salsa

salt og pipar eftir smekk (valfrjálst)

LEIÐBEININGAR

Bættu malaða kalkúnnum þínum og salsa við crockpot þinn.

Snúðu hita í lágan. Látið malla í 6-8 klukkustundir, hægt og lágt. Hrærið einu sinni eða tvisvar á meðan á eldunartímanum stendur. (Eldið við háan hita í 4 tíma ef þú ert í tímaþröng).

Berið fram með köldu salsa til viðbótar, grískri jógúrt í staðinn fyrir sýrðan rjóma, osti eða grænum lauk!

Endist í 5 daga í kæli, eða 3-4 mánuði í frysti.

27. Carnitas máltíðarskál

HRÁEFNI

2 ½ tsk chiliduft

1 ½ tsk malað kúmen

1 ½ tsk þurrkað oregano

1 tsk kosher salt, eða meira eftir smekk

½ tsk malaður svartur pipar, eða meira eftir smekk

1 (3 pund) svínahryggur, umframfita snyrt

4 hvítlauksrif, afhýdd

1 laukur, skorinn í báta

Safi úr 2 appelsínum

Safi úr 2 lime

8 bollar rifið grænkál

4 plómutómatar, saxaðir

2 (15 aura) dósir svartar baunir, tæmdar og skolaðar

4 bollar maískjarnar (frystir, niðursoðnir eða ristaðir)

2 avókadó, skorin í tvennt, skorin í sundur, afhýdd og skorin í teninga

2 límónur, skornar í báta

LEIÐBEININGAR

Blandaðu saman chiliduftinu, kúmeninu, oregano, salti og pipar í lítilli skál. Kryddið svínakjötið með kryddblöndunni, nuddið vel inn á allar hliðar.

Settu svínakjötið, hvítlaukinn, laukinn, appelsínusafann og limesafann í crockpot. Lokið og eldið á lágu í 8 klukkustundir, eða á háu í 4 til 5 klukkustundir.

Takið svínakjötið úr eldavélinni og rífið kjötið í sundur. Setjið það aftur í pottinn og blandið saman við safann; kryddið með salti og pipar ef þarf. Lokið og haldið heitu í 30 mínútur til viðbótar.

Settu svínakjötið, grænkálið, tómatana, svörtu baunirnar og maís í ílát til undirbúnings máltíðar. Geymist þakið í kæli í 3 til 4 daga. Berið fram með avókadó og limebátum.

28. Krydduð rækju- og ostadýfa

HRÁEFNI :

2 sneiðar beikon án sykurs

2 meðalgulir laukar, skrældir og skornir í teninga

2 hvítlauksgeirar, saxaðir

1 bolli poppraekjur (ekki af brauðgerðinni), soðnar

1 meðalstór tómatur, skorinn í teninga

3 bollar rifinn Monterey Jack ostur

1/4 tsk Frank's Red-hot sósa

1/4 tsk cayenne pipar

1/4 tsk svartur pipar

LEIÐBEININGAR :

Eldið beikonið á meðalstórri pönnu við meðalhita þar til það er stökkt, um það bil 5-10 mínútur. Geymið fitu á pönnu. Leggið beikonið á pappírshandklæði til að kólna. Þegar það er kólnað, mulið beikonið með fingrunum.

Bætið lauknum og hvítlauknum við beikondropana á pönnunni og steikið við meðalhita þar til þeir eru mjúkir og ilmandi, um það bil 10 mínútur.

Sameina öll innihaldsefnin í crockpot; hrærið vel. Eldið þakið á lágu hitastigi í 1-2 klukkustundir eða þar til osturinn er alveg bráðinn.

SÚPA

29. Kartöflukæfa

Heildartími undirbúnings: 15 mín. Elda: 8 klst

Gerir 12 skammta (3 lítra)

HRÁEFNI

8 bollar kartöflur í teningum

3 dósir (14-1/2 aura hver) kjúklingasoð

1 dós (10-3/4 aura) þéttur rjómi af kjúklingasúpu, óþynnt

1/3 bolli saxaður laukur

1/4 tsk pipar

1 pakki (8 aura) rjómaostur, skorinn í teninga og mildaður

1/2 pund sneið beikon, soðið og mulið, valfrjálst

Hakkaður graslaukur, valfrjálst

LEIÐBEININGAR

Í 5-qt. crockpot, sameina fyrstu 5 hráefnin. Lokið og látið malla í 8-10 klukkustundir eða þar til kartöflurnar eru mjúkar.

Bæta við rjómaosti; hrærið þar til það er blandað saman. Skreytið með beikoni og graslauk ef vill.

30. Grænmetisæta Country Chili

Afrakstur: 8 skammtar

HRÁEFNI :

FYRIR CHILI:

1 msk avókadóolía eða ólífuolía fyrir crockpot

1/2 stór lífrænn rauðlaukur, skorinn í teninga

2 stilkar lífrænt sellerí, saxað

1 lífræn gulrót, saxuð

1 lífræn græn paprika, söxuð

1 lífræn rauð paprika, söxuð

1 lífræn sæt kartöflu, skrældar og saxaðar

1 lífrænt jalapenó, fræhreinsað og fínt skorið í teninga

2 tsk hvítlauksduft

2 tsk þurrkað oregano

1 1/2 msk chiliduft

1 msk malað kúmen

1 1/2 tsk sjávarsalt

1 tsk malaður svartur pipar

2 tsk ósykrað hrátt kakóduft

8 únsur . dósir í hægelduðum grænum chiles

15 únsur. dós eldsteiktir tómatar í teningum

8 únsur . dós lífræn tómatsósa

1 bolli grænmetiskraftur

2 msk hrátt eplaedik

1/4 bolli sterkt bruggað kaffi

15 únsur. dós nýrnabaunir, tæmdar og skolaðar

15 únsur. dós pinto baunir, tæmdar og skolaðar

15 únsur. dós svartar baunir, tæmdar og skolaðar

AÐ ÞJÓNA:

2 stór avókadó, afhýdd og skorin í bita

1 bolli hnetumjólkurjógúrt

1 bolli cheddarostur að stofni til úr hnetumjólk

1/4 bolli ferskt saxað kóríander

2 glútenlausar tortillur, ristaðar

LEIÐBEININGAR :

Smyrjið pottinn létt með avókadóolíu.

Í crockpot, blandaðu öllu chili hráefni og hrærið til að blanda, þá lokið.

Eldið í 4 klukkustundir á háum hita eða 8 klukkustundir á lágu, eða þar til grænmetið er mjúkt.

Smakkið til og kryddið með meira salti og pipar ef þarf.

Berið fram í skálum með álegginu og uppáhalds heitu sósunni þinni.

31. Steiktur kalkúnn chili

Skammtar: 8

Heildartími fyrir **LEIÐBEININGAR** 20 mínútur

Heildartími fyrir matreiðslu: 4 klukkustundir 20 mínútur

HRÁEFNI:

1 matskeið ólífuolía (extra virgin)

1 meðalstór laukur, skorinn í bita

Pepperoni, saxað

1 pund kalkúnn sem er 99 prósent magur

2 dósir (15 oz.) þvegnar og tæmdar svartar baunir

2 dósir (15 oz.) þvegnar og tæmdar nýrnabaunir

2 dósir (15 oz.) af tómatsósu

2 dósir (15 oz.) af litlum hægelduðum tómötum

1 krukka (16 oz.) saxuð tam jalapeno paprika, tæmd

1 bolli frosinn maís

2 matskeiðar chiliduft

1 matskeið af kúmeni

Salt eftir smekk

Klípa svartan pipar

LEIÐBEININGAR

Hitið olíuna á pönnu við meðalhita.

Bætið kalkúnnum á pönnuna og steikið þar til hann er brúnaður.

Hellið kalkúnnum í crockpottinn.

Bætið við lauk, pepperoni, tómatsósu, hægelduðum tómötum, baunum, jalapenos, maís, chiliduftiog kúmeni. Hrærið og kryddið með salti og pipar.

Lokið og eldið á háu í 4 klukkustundir eða á lágu í 6 klukkustundir.

32. Butternut Squash og linsubaunasúpa

Skammtar: 4-6

Heildartími fyrir **LEIÐBEININGAR** 10 mínútur

Heildartími fyrir matreiðslu: 40 mínútur

HRÁEFNI:

1 stór laukur, skorinn í teninga

1 afhýdd og skorin í bita

1 bolli brúnar linsubaunir

8 bollar af grænmetissoði

2 tsk hakkaður hvítlaukur

1 lárviðarlauf

1/2 tsk malaður múskat

1 bolli spínat, saxað

1/2 teskeið af salti

LEIÐBEININGAR

Bætið öllum hráefnum nema spínati í pottinn og blandið vel saman.

Eldið 3 til 4 klukkustundir á miklum krafti eða 6 til 8 klukkustundir á litlu afli.

Fjarlægið lárviðarlaufið og setjið um 50% af súpunni, í skömmtum ef þarf, í blandara og maukið þar til það er slétt.

Bætið blönduðu súpunni með óblönduðu hlutanum út í pottinn og hrærið.

Bætið söxuðu spínati út í og hrærið þar til það er mjúkt.

33. Skinku og Pinto baunasúpa

Afrakstur: 6 skammtar

HRÁEFNI

1 pund þurrkaðar pinto baunir

1 ½ pund bein-í skinku skaft

¾ bolli tómatsósa

½ tsk salt

8 bollar vatn (ekki þörf fyrr en eldunardagur)

1 lítra frystipoki úr plasti

LEIÐBEININGAR

Bætið öllum innihaldsefnum nema vatni í frystipokann.

Lokaðu og frystu í allt að þrjá mánuði.

Kvöldið áður en þú eldar, færðu frosinn poka í kæliskápinn þinn til að þiðna.

Helltu innihaldi frystipokans í crockpottinn þinn og bættu við vatni.

Lokið og eldið á „hátt" í 5-6 klukkustundir, „lágt" í 8 klukkustundir, eða þar til baunir klofnar.

Fjarlægðu skinku, rífðu af beinum og settu rifið kjöt aftur í crockpot.

Berið fram með stökku brauði og salati.

34. Ítölsk Minestrone súpa

HEILDAR ELDUR TÍMI: 20 MÍNÚTUR

DÓTTUR: 4

HRÁEFNI :

1 gulrót, saxuð

1 tsk þurrkuð basil

1 laukur, saxaður

4 hvítlauksrif, söxuð

Ólífuolía, 4 teskeiðar

Seyði, 4 bollar

3 únsur. quinoa pastaskeljar

1 tsk þurrkað oregano

2 sellerístilkar, saxaðir

15 aura dós af cannellini baunum

Klípa svartan pipar

1 fennelpera, saxuð

1 kúrbít, saxað

4 bollar af barnaspínati

14 aura af skornum ristuðum tómötum

1 tsk sjávarsalt

LEIÐBEININGAR :

Steikið lauk, hvítlauk, sellerí, gulrót, basil og oregano í smá olíu; látið malla, hrærið af og til, í 3 mínútur.

Eldið kúrbít og fennel saman í 3 mínútur til viðbótar.

Bætið soðinu og tómötunum saman við.

Þegar pastað er næstum því tilbúið skaltu bæta við grænmetinu, lækka hitann í suðu og sjóða í 8 mínútur.

Eldið í þrjár mínútur til viðbótar eftir að baununum og spínatinu er bætt út í.

35. Amerískur hvítur chili

HEILDAR ELDUNARTÍMI: 30 MÍNÚTUR

DÓTTUR: 4

HRÁEFNI :

1 bolli þurrt kínóa, skolað og soðið

1/4 bolli hakkað kóríander

30 aura af cannellini baunum, tæmd

2 matskeiðar ólífuolía

4 hvítlauksrif, söxuð

Reykt paprika, 1/2 tsk

Chili duft, 1 matskeið

1 tsk malað kóríander

1 tsk sjávarsalt

2 bollar grænmetissoð

1 jalapenó

2 tsk þurrkað oregano

2 laukar, saxaðir

2 paprikur, saxaðar

LEIÐBEININGAR :

Olíusteikið lauk, papriku og hvítlauk í 3 mínútur.

Bæta við kryddi, baunum og seyði; látið suðuna koma upp.

Eldið í 18 mínútur, hrærið af og til, þakið.

Bætið salti og kóríander út í.

36. Gullna graskerssúpa með stökkri salvíu

HEILDAR ELDUR TÍMI: 15 MÍNÚTUR

DÓTTUR: 6

HRÁEFNI

Kanillduft, 1 tsk

Cayenne duft, 1 tsk

2 matskeiðar af hreinu hlynsírópi

1 matskeið söxuð salvía

14 aura kókosmjólk

Ólífuolía, 2 matskeiðar

5 bollar grasker, skorið í teninga og grillað

Kosher salt og malaður pipar

1 skalottlaukur, skorinn í teninga

Klípa sjávarsalt

4 matskeiðar af söltu smjöri

1 bolli hrá graskersfræ, ristað

LEIÐBEININGAR

Stilltu ofninn á 400°F.

Kastaðu Butternut squash, skalottlaukur, ólífuolíu, hlynsírópi, möluðum salvíu, cayenne pipar, kanil og smá salti og pipar með því að nota Crockpot pott.

Maukið ristuðu grænmetið með smá vatni þar til það er slétt.

Bætið helmingnum af smjörinu og kókosmjólkinni út í og látið malla í 5 mínútur.

Bræðið afganginn af smjörinu og steikið heil salvíublöðin í eina mínútu á hlið.

Saltið salvíu og graskersfræ á pönnunni.

Berið fram, skreytt með stökkum salvíulaufum og graskersfræjum.

37. Ristað tómatsúpa með smjöri

HEILDAR ELDUR TÍMI: 10 MÍNÚTUR

DÓTTUR: 4

HRÁEFNI

TÓMATBASILÍKUSÚPA

1 bolli nýmjólk

1 laukur

2 matskeiðar timjan

28 aura af heilum skrældum tómötum, ristuðum

Kosher salt og malaður pipar

3 matskeiðar af söltu smjöri

6 matskeiðar sítrónu basil pestó

LEIÐBEININGAR

Blandið ristuðum tómötum, lauk og mjólk þar til slétt.

Blandið öllu saman, nema pestóinu, með því að nota Crockpot og hitið það vel í 3 mínútur við 425°F.

Stráið 3 msk af pestói yfir.

38. Kjúklingasúpa með sveppum

HEILDAR ELDUNARTÍMI: 40 MÍNÚTUR

DÓTTUR: 8

HRÁEFNI

10 hvítlauksrif, söxuð
1 tsk rauð paprika, skorin í teninga
2 lárviðarlauf
12 aura grænkál, stilkar fjarlægðir, blöð brotin
1 pund forskornir D-vítamín auðgaðir sveppir
2 pund beinlausar, roðlausar kjúklingabringur
2 bollar laukur, skorinn í bita
2 matskeiðar kókosolía
15 únsur. kjúklingabaunir, tæmdar
8 bollar saltlaust kjúklingasoð
3 sellerístilkar, skornir í sneiðar
2 gulrætur, sneiddar
4 timjangreinar
Kosher salt, 2 teskeiðar

LEIÐBEININGAR

Olíusteikið gulræturnar, laukinn og selleríið í 5 mínútur.
Bætið sveppunum, hvítlauknum, kjúklingabaunum, seyði, timjani og lárviðarlaufum út í og látið suðuna koma upp.
Bætið kjúklingnum, salti og pipar út í og látið kjúklinginn malla í um það bil 30 mínútur.
Rífið kjötið í sundur og fargið beinum.
Eldið grænkálið í 5 mínútur og bætið svo rifna kjúklingnum út í.

39. Crockpot auðgað súpa

HEILDAR ELDUNARTÍMI: 30 MÍNÚTUR

DÓTTUR: 8

HRÁEFNI
1 pund forskornir D-vítamín auðgaðir sveppir
2 matskeiðar olía
2 bollar laukur, skorinn í bita
10 hvítlauksrif, söxuð
12 únsur. hrokkið grænkál, stilkar fjarlægðir, brotin blöð
8 bollar saltlaust kjúklingasoð
Kosher salt, 2 teskeiðar
3 sellerístilkar, skornir í sneiðar
2 pund beinlaus, roðlaus kalkúnn
4 timjangreinar
2 lárviðarlauf
2 gulrætur, sneiddar
15 únsur. kjúklingabaunir, tæmdar
1 tsk mulin rauð paprika

LEIÐBEININGAR
Olíusteikið allt hráefnið, nema kalkún og grænkál; lokið og látið malla í 25 mínútur.
Bætið kalkún og grænkáli við soðið; hylja og sjóða í 5 mínútur.

40. Gull túrmerik blómkálssúpa

HEILDAR ELDUNARTÍMI: 30 MÍNÚTUR

DÓTTUR: 4

HRÁEFNI
3 hvítlauksrif, söxuð
3 matskeiðar vínberjaolía
$\frac{1}{8}$ matskeiðar muldar rauðar piparflögur
1 matskeið af túrmerik
$\frac{1}{4}$ bolli ný kókosmjólk
6 bollar af blómkálsblómum
1 matskeið kúmenduft
1 laukur eða fennel laukur, saxaður
3 bollar af grænmetissoði

LEIÐBEININGAR

Stilltu ofninn á 450 gráður.

Eldið blómkál og hvítlauk í olíu.

Kasta til að húða jafnt með túrmerik, kúmeni og rauðum piparflögum.

Blómkáli skal dreift í einu lagi á ofnplötu og bakað í 30 mínútur, eða þar til það er gullbrúnt.

Steikið laukinn í 1 matskeið af olíu sem eftir er með því að nota Crockpot.

Í potti blandið afganginum af blómkálinu saman við laukinn og grænmetiskraftinn.

Maukið þar til það er slétt og berið fram með smá kókosmjólk.

41. Crockpot timbursúpa

HEILDAR ELDUNARTÍMI: 45 MÍNÚTUR

DÓTTUR: 6

HRÁEFNI

16 aura dós súrkál; skolað

2 beikonsneiðar, soðnar

½ pund af pólskri pylsu; sneið og soðin

1 laukur; hakkað

2 matskeiðar af hveiti

2 stilkar af sellerí; sneið

4 bollar af nautasoði

1 tsk kúmenfræ

2 tómatar; hakkað

1 paprika; hakkað

2 tsk paprika

1 bolli sveppir, sneiddir

½ bolli sýrður rjómi

LEIÐBEININGAR

Eldið grænmeti þar til það er mjúkt og bætið lauknum og grænum pipar út í.

Bætið soðnu pylsunni og beikoninu, nautasoði, súrkáli, tómötum, papriku og kúmenfræ út í.

Eldið í 45 mínútur.

Blandið saman hveiti og sýrðum rjóma og blandið í súpuna.

Fylltu aftur á Crockpot með öllu og eldaðu í auka mínútu.

42. Crockpot shoyu seyði

HEILDAR ELDUR TÍMI: 10 MÍNÚTUR

DÓTTUR: 4

HRÁEFNI :

5 þurrkaðir shiitake sveppir, brotnir í bita

4 teskeiðar af kókosolíu

4 matskeiðar dashi korn

3 vorlaukar, skornir í sneiðar

1 epli, kjarnhreinsað, afhýtt og saxað

1 tsk hvítur pipar

5 hvítlauksrif, afhýdd

4 stykki af uxahala

1 laukur, skorinn í bita

2 sellerístilkar, saxaðir

1 sítrónu

2 lítrar af kjúklingasoði

2 gulrætur, skrældar og saxaðar

175ml sojasósa

2 teskeiðar af salti

1 heill kjúklingur

1 lárviðarlauf

LEIÐBEININGAR :

Bætið kókosolíu, þurru Shiitake, epli, sellerí, gulrótum, lauk og hvítlauk í pottinn.

Bætið við kjúklingi, nautahalanum og sítrónunni.

Hitið Crockpot í 90°C og setjið í ofninn í 10 klukkustundir; látið suðuna koma upp.

Hellið spagettíinu út í.

43. Linsubaunasúpa

HEILDAR ELDUNARTÍMI: 30 MÍNÚTUR

DÓTTUR: 4

HRÁEFNI

1 bolli laukur, sneiddur

2 teskeiðar af salti

1/2 tsk kóríanderduft

2 lítrar af kjúklinga- eða grænmetissoði

1 pund af linsubaunir

Saxaðir tómatar, 1 bolli

Hakkað gulrót, 1/2 bolli

Saxað sellerí, 1/2 bolli

2 matskeiðar ólífuolía

1 tsk kúmen

LEIÐBEININGAR

Olíusteikið sellerí, lauk og gulrót með smá salti.

Blandið saman við kóríander, kúmen, linsubaunir, tómötum og seyði.

Látið malla í nokkrar mínútur.

Notaðu blandara til að mauka blönduna í æskilega samkvæmni.

44. Afrísk hnetusúpa

HEILDAR ELDUR TÍMI: 10 MÍNÚTUR

DÓTTUR: 4

HRÁEFNI

1 laukur, saxaður

1 matskeið canola olía

Kóríander, 2 matskeiðar

Sítrónusafi, 2 matskeiðar

2 sellerístilkar, saxaðir

2 matskeiðar af söxuðum hnetum

1 hvítlauksgeiri, saxaður

2 gulrætur, saxaðar

1 msk engifer, hakkað

3 bollar grænmetissoð

LEIÐBEININGAR

Steikið allt, nema hnetusmjör og sítrónusafa, í 5 mínútur.

Færið í blandara og vinnið vel.

Bætið súpunni aftur í pottinn ásamt hnetusmjöri og sítrónusafa; elda í 5 mínútur.

45. Crockpot kjúklingasúpa

HEILDAR ELDUR TÍMI: 1 Klukkutími

DÓTTUR: 8

HRÁEFNI

2 matskeiðar saxaður graslaukur

3 pund af steiktum kjúklingi

½ tsk estragon, saxað

2 bollar saxaðir tómatar

1 bolli maískorn

½ bolli grænn laukur, saxaður

1 tsk basil, saxað

½ bolli skurnar baunir

6 bollar fitusýrt kjúklingasoð

½ bolli sætar kartöflur í teningum

½ bolli þurrt sherry

LEIÐBEININGAR

Eldið kjúklingabitana í sherry í u.þ.b. 10 mínútur og bætið svo tómötunum, maís, grænum lauk og sætum kartöflum saman við.

Eldið í 5 mínútur eftir að ertum, vorlauk, basil, estragon og chili hefur verið bætt við.

Bætið kjúklingabitunum, vatni og seyði saman við.

Látið malla í 50 mínútur.

46. Pýsk kartöflusúpa

HEILDAR ELDUNARTÍMI: 1 STUND 15 MÍNÚTUR

DÓTTUR: 6

HRÁEFNI :

6 bollar af vatni

3 bollar skrældar kartöflur í teningum

1 ¼ bolli sneið sellerí

½ teskeið af salti

½ bolli laukur, skorinn í bita

1/8 tsk pipar

Kjötbolludrop:

½ teskeið af salti

1 hrært egg

1/3 bolli af vatni

1 bolli alhliða hveiti

LEIÐBEININGAR

Blandið fyrstu 6 hráefnunum með Crockpot og látið malla í um það bil 1 klukkustund þar til það er mjúkt. Takið út og stappið grænmetið

FYRIR BULLUR:

Blandið saman hveiti, vatni, salti og eggi.

Stráið yfir heita súpuna.

Lokið og eldið í um það bil 15 mínútur.

47. Hamborgari grænmetissúpa

HEILDAR ELDUR TÍMI: 1 Klukkutími

DÓTTUR: 6

HRÁEFNI :

2 bollar kartöflur, sneiddar

4 bollar niðursoðnir tómatar

1 pund af nautahakk

1 ½ bolli sneið sellerí

½ bolli af hrísgrjónum

5 bollar af vatni

1 bolli laukur, skorinn í bita

2 bollar af rifnu káli

1 lárviðarlauf

LEIÐBEININGAR

Steikið laukinn með Crockpot og brúnið síðan nautakjötið.

Bætið restinni af hráefnunum saman við og látið malla grænmetið í 1 klukkustund, eða þar til það er mjúkt.

FORréttir

48. Smokies Slow-Cooked

Gerir 8 skammta

HRÁEFNI

1 pakki (14 aura) litlar reyktar pylsur

1 flaska (28 aura) grillsósa

1-1/4 bollar vatn

3 matskeiðar Worcestershire sósa

3 matskeiðar steikarsósa

1/2 tsk pipar

LEIÐBEININGAR

Í 3-qt. crockpot, sameinaðu öll hráefnin. Setjið lokið yfir og eldið á lágum hita í 5-6 klukkustundir eða þar til það er hitað í gegn. Berið fram með skál.

49. Crockpot fylltar paprikur

Heildartími : 60 mínútur

Skammtar: 4

HRÁEFNI

2 tsk avókadóolía

1 sætur laukur, skorinn í teninga

2 sellerí, sneið

4 hvítlauksgeirar, saxaðir

1 matskeið chiliduft

2 tsk kúmen

1 1/2 tsk þurrkað oregano

2 bollar langkorna hvít hrísgrjón, soðin og kæld

1 bolli frosnir maískorn

1 tómatur, skorinn í teninga

1 dós af pinto baunum, skoluð og skoluð

1 chipotle pipar í adobo

salt

5 paprikur

1 dós enchiladasósa

pepper jack ostur, rifinn

LEIÐBEININGAR

Hitið olíu á stórri pönnu yfir meðalháum hita. Bætið lauknum og selleríinu út í og eldið, hrærið oft, í um það bil 5 mínútur. Bætið hvítlauknum út í og eldið í 30 sekúndur eða svo og takið af hitanum.

Bætið kryddinu út í og hrærið vel. Bætið hrísgrjónum, baunum, maís, tómötum, chipotle pipar, 1/4 bolli af enchiladasósu og laukblöndu í stóra skál. Hrærið vel og kryddið með salti og pipar.

Skerið toppana af paprikunni og fjarlægðu fræin og rifin. Fyllið með hrísgrjónablöndunni, pakkið létt. Ég fyllti mitt hálfa leið, bætti smávegis af osti við og kláraði svo að fylla. Ekki setja ost ofan á ennþá. Settu fylltu paprikurnar í crockpot.

Bætið um það bil 1/2 tommu af vatni í krækjuna og gætið þess að fá ekki vatn í paprikuna. Eldið á lágum hita í um 4 klukkustundir. Um 15 mínútum áður en þær eru tilbúnar er lag af osti bætt við hverja papriku og látið eldast.

Berið paprikuna fram með restinni af enchiladasósunni og aukaosti ef vill. Njóttu!

50. Blómkáls- og cheddarbrauð

HEILDAR ELDUR TÍMI: 25 MÍNÚTUR
DÓTTUR: 24

HRÁEFNI
½ teskeið af salti
1 bolli cheddar ostur, rifinn
1 egg
1 matskeið laukur, skorinn í teninga
Blómkál, 2 bollar
Lyftiduft, 2 tsk
Grænmetisolía
Mjólk, 1 bolli
2 bollar alhliða hveiti

LEIÐBEININGAR
Blandið öllu hráefninu saman.
Hitið olíu í 375 gráður.
Setjið hrúgafulla matskeið af deigi í olíuna og steikið kökurnar í eina mínútu á hlið, eða þar til þær eru gullinbrúnar.

51. Ostfyllt kartöflubrauð

HEILDAR ELDUR TÍMI: 8 MÍNÚTUR
SKAMMAR: 10 FRÉTTAR

ÍRÁN
2 pund bökunarkartöflur, soðnar
⅓ bolli smjör mýkt
½ teskeið af pipar
klípa múskat
5 eggjarauður
2 matskeiðar af steinselju
Salt, 1 tsk
2 bollar ítalskt brauðrasp
1 bolli alhliða hveiti
4 aura af mozzarellaosti
2 egg, létt þeytt

LEIÐBEININGAR
Blandaðu kartöflunum saman við smjörið áður en þú bætir við hráefninu, þar á meðal eggjarauðunum.
Búðu til 10 kökur og umkringdu hverja með osti til að mynda sporöskjulaga.
Gefðu hverju hveiti, dýfðu þeim síðan í þeytt egg og hjúpðu þau með ítölskum brauðrasp; kæla.
Hitið olíu í 350 gráður og steikið pönnukökur í 8 mínútur, snúið einu sinni við.

52. Indverskar kúmen karrý franskar

HEILDAR ELDUR TÍMI: 5 MÍNÚTUR
DÓTTUR: 6

HRÁEFNI
1 rauðbrún kartöflu, skorin í strimla og lögð í bleyti
1 lítra af jurtaolíu til steikingar
1/4 tsk karrýduft
1/4 tsk kúmen
salt

LEIÐBEININGAR
Hitið olíuna með Crockpot í 275 gráður og steikið síðan kartöflurnar í 6 mínútur, snúið þeim við og steikið í 3 mínútur í viðbót.

Hækkið hitann í 350 gráður og steikið síðan kartöflurnar aftur í 5 mínútur.

Setjið allar flögurnar í skál, stráið salti, kúmeni og karrý yfir og blandið vel saman.

53. Kjötbrauð hamborgarar

HEILDAR ELDUR TÍMI: 10 MÍNÚTUR
DÓTTUR: 6

HRÁEFNI :
¼ bolli BBQ sósa
2 punda hamborgari
Worcestershire sósa, 1 matskeið
¼ bolli tómatsósa
2 egg
8 kex, mulið
1 laukur, saxaður
Salt, 1 tsk
1 tsk af pipar
1 matskeið söxuð steinselja
1 tsk malað oregano

LEIÐBEININGAR
Blandið öllum hráefnunum saman og búið til 8 kökur.
Setjið kökur á heitt lok.
Snúið við eftir 4 mínútur af eldun og eldið í aðrar 4 mínútur.

54. Crockpot eftirrétt burritos

HEILDAR ELDUR TÍMI: 25 MÍNÚTUR
DÓTTUR: 6

HRÁEFNI :
1 dós tertufylling
12 hveiti tortillur
þeytt álegg

LEIÐBEININGAR
Hellið fyllingu í Crockpot.

Settu tortillu á hitaða lokið, hitaðu hana á annarri hliðinni, snúðu henni svo við og hitaðu hina.

Taktu tortillu, dreifðu bökufyllingu yfir hana, rúllaðu henni upp eins og burrito, settu síðan þeyttum rjóma yfir til að búa til burrito.

55. Crockpot taco kaka

HEILDAR ELDUR TÍMI: 25 MÍNÚTUR
DÓTTUR: 6

HRÁEFNI
1 dós af grænu chili
1/4 tsk rauð paprika
4 maístortillur, bakaðar
1 dós af tómatpúrru
1/4 tsk kúmen
1 flaska af taco sósu
2 pund af nautahakk
1 laukur, saxaður
8 únsur. Monterey Jack ostur rifinn

LEIÐBEININGAR
Steikið kjötið og laukinn.
Bætið við rauðri papriku, kúmeni, grænu chili, tómatpúrru og taco sósu.
Vefðu álpappír utan um Crockpot.
Toppið tortillurnar með helmingnum af nautahakkblöndunni og helmingnum af sósublöndunni.
Dreifið afganginum af kjöti og sósublöndunni ofan á annað lag af tortillum.
Setjið ost ofan á.
Bakið með loki á þar til osturinn bráðnar.

56. Crockpot Green Bean Meat Loaf

HEILDAR ELDUNARTÍMI: 30 MÍNÚTUR
DÓTTUR: 6

HRÁEFNI :
1 bolli laukur, sneiddur
2 bollar af kartöflumús
14 aura dós af grænum baunum, tæmd
1 pund af hamborgara
10 aura dós af tómatsúpu
½ bolli rifinn cheddar ostur

LEIÐBEININGAR
Í Crockpot, steikið hamborgarann og hellið síðan af.
Bætið við grænum baunum og einni dós af tómatsúpu.
Bætið við osti og kartöflumús og bakið þar til osturinn er bráðinn.

57. Frábært Chile Relleno

HEILDAR ELDUR TÍMI: 1 Klukkutími
DÓTTUR: 6

HRÁEFNI :
30 aura af uppgufðri mjólk
14 aura af heilum grænum chili, skrældar
Cheddar ostur, 1 pund
Monterey Jack ostur, 1 pund
4 egg
16 aura dós af tómatsósu
2 matskeiðar fjórar

LEIÐBEININGAR
Leggðu chilies í lag og stráðu ríkulega osti yfir.

Bætið hveiti og uppgufðri mjólk út í og blandið saman.

Bakið í um það bil 35 mínútur.

Leggið tómatsósu og Monterey Jack ofan á og eldið í 17 mínútur í viðbót.

58. Indverskur pemmíkan

HEILDAR ELDUR TÍMI: 10 MÍNÚTUR

DÓTTUR: 4

HRÁEFNI
1 bolli af rúsínum
2 pund af nautakjöti
1/2 bolli af rúsínum
nautatólg

LEIÐBEININGAR
Blandið kjötinu saman í fínt mauk með blandara og bætið svo rúsínum saman við.
Hvolfið á hlauppönnu og látið kólna alveg.
Skerið í strimla og síðan í breiðar stangir.
Notaðu Ziploc poka til að geyma.

59. Pylsukúlur í Crockpot

HEILDAR ELDUR TÍMI: 15 MÍNÚTUR

SKAMMAR: 6 TUFT

HRÁEFNI
3 bollar af kex
1 egg
6 aura cheddar ostur, rifinn
1 pund pylsa

LEIÐBEININGAR

Sameina allt með höndum þínum.
Búðu til kúlur úr klíptu bitunum.
Eldið við 350 gráður í 15 mínútur

nautakjöt, svínakjöt og kjúkling

60. Santa Fe súpa

Þjónar 8

HRÁEFNI :

2 15 únsur. dósir svartar baunir, tæmdar og skolaðar

2 15 únsur. dósir Fiesta Corn (inniheldur rauða og græna papriku)

1 flaska af uppáhalds þykkum og þykkum salsa

4-5 beinlausar, roðlausar kjúklingabringur (5 pund)

8 únsur. fitulítill rjómaostur

LEIÐBEININGAR :

Blandið saman baunum, maís og 1/2 krukku af salsasinu. Toppið með kjúklingabringum og hyljið svo kjúklinginn með afganginum af salsa. Lokið og eldið á háum hita í 5-3 klukkustundir eða þar til kjúklingurinn er mjúkur og hvítur í gegn. Fjarlægðu kjúklinginn og skerið í litla, hæfilega bita og bætið svo aftur í pottinn. Bætið við rjómaosti (skiptið í smærri bita svo bráðnun verði auðveldari.) Hrærið þar til rjómaostur bráðnar alveg og blandast í sósuna.

61. Fiesta kjúklingur

Þjónar 6

HRÁEFNI :

2 pund. kjúklingabringur, skornar í 1 tommu ræmur

16 únsur. salsa (hvaða afbrigði sem er)

1 dós gult og hvítt kornkorn (tæmt)

LEIÐBEININGAR

Blandið öllu hráefninu saman í pottinn, eldið á lágum hita í 6-8 klukkustundir.

62. Teriyaki kjúklingur

Þjónar 4

HRÁEFNI :

1 15 únsur. dós ananasbitar eða smáréttir í eigin safa - ótæmd
3/4 bolli lite teriyaki sósa

4 beinlausar, roðlausar kjúklingabringur - hráar

1 dós vatnskastaníur - tæmd

1 10 únsur. pkg. frosið saxað spergilkál (eða 2 bollar ferskt)

LEIÐBEININGAR

Blandið öllu hráefninu saman í pottinn nema brokkolí. Eldið 5-6 klukkustundir á Low. Bætið spergilkálinu út í 30 mínútum áður en það er borið fram og setjið lok á til að ljúka eldun.

63. Pulled Barbecued Chicken

Þjónar 10

HRÁEFNI :

8 beinlausar, roðlausar kjúklingabringur

1 stór laukur, skorinn í þunnar strimla

2 (16 oz.) krukkur grillsósa

LEIÐBEININGAR

Þvoið kjúklingabringurnar og fjarlægið alla fitu og grisla. Þurrkaðu. Sprautaðu krækipottinn með eldunarúða sem festist ekki. Setjið kjúklingabringurnar í botninn á pottinum. Hyljið með laukstrimlum. Hellið 3/4 krukku af sósu yfir kjúklinginn. Eldið á lágu í 6-8 klst.

Fjarlægðu kjúklingabringur og lauk. Rífið niður kjúkling og lauk á disk. Fargið öllum vökva úr pottinum. Setjið rifinn kjúkling og lauk aftur í pottinn. Hellið einum bolla af ferskri sósu yfir blönduna. Blandið vel saman.

64. Ananas svínakjöt

Þjónar 6

HRÁEFNI :

2 pund beinlaus svínahryggur, skorinn úr allri sýnilegri fitu og skorinn í hæfilega stóra bita 1/2 bolli grillsósa

1 dós (20 oz.) ananasbitar í safa, ótæmdir

3 msk. maíssterkja

2 stórar grænar og 2 stórar rauðar paprikur, gróft saxaðar

LEIÐBEININGAR

Settu svínakjöt í crockpot. Bæta við grillsósu; blandið vel saman. Tæmdu ananasinn, geymdu 1/4 bolla af safanum. Bætið fráteknum safa við maíssterkju; hrærið þar til það hefur blandast vel saman. Hellið svínablöndunni yfir; hrærið þar til það hefur blandast vel saman. Toppið með ananasbitum og papriku; loki með loki. Eldið á háum hita í 5 klukkustundir eða þar til svínakjöt er meyrt og eldað í gegn.

65. Trönuberja svínasteikt

Þjónar 12

HRÁEFNI :

1 (3-4 pund) hryggsvínasteikt, klippt af allri sýnilegri fitu

Salt og pipar eftir smekk

1 bolli möluð eða fínsöxuð fersk trönuber

1/4 bolli hunang

1 tsk nýrifinn appelsínubörkur

1/8 tsk hver af möluðum negul og nýmalaður múskat

LEIÐBEININGAR

Stráið steikinni salti og pipar yfir. Setjið í crockpot. Í lítilli skál, blandið saman restinni af hráefninu og hellið yfir steikina. Lokið og eldið á Low í 8 til 10 klukkustundir eða þar til steikin er mjúk. Skerið í sneiðar og berið fram heitt.

66. Epli BBQ Svínalund

Þjónar 12

HRÁEFNI :

1 pakki svínalundir (2 hryggur - um það bil 3 pund)

1 (25 aura) krukku þykk eplamósa

1 flaska grillsósa

LEIÐBEININGAR

Setjið kjötið í pottinn. Blandið saman eplasósu og BBQ sósu í sérstakri skál. Hellið yfir kjötið. Eldið á Low í 5 klst. Flyttu svínakjöt á disk. Skerið í sneiðar og berið fram.

67. Pepperoncini London Broil

Þjónar 8

HRÁEFNI :

2 pund London broil

16 oz krukku niðurskorinn pepperoncini, safi geymdur

1 meðalstór laukur, sneiddur

1 pakki sveppir í sneiðum

LEIÐBEININGAR

Setjið London broil, lauk og pepperoncini með safanum í pottinn og eldið á Low í 6 klukkustundir.

Síðasta klukkutímann eða svo af matreiðslu skaltu bæta við sneiðum sveppum.

Fjarlægðu London-steikið úr crock-pottinum, tættu í sundur og farðu aftur í crock-pottinn.

HLIÐAR DISKAR

68. Slow Bake Mac N Cheese

Þjónar 12

HRÁEFNI :

16 únsur. olnbogamakkarónur, soðnar al dente

2 dósir uppgufuð undanrennu

2 egg, þeytt

4 bollar rifinn 2% Sharp Cheddar ostur, skipt

Salt & pipar eftir smekk

LEIÐBEININGAR

Notaðu pottinn sem blöndunarskálina þína og hrærðu saman öllum hráefnum nema einum bolla af osti. Stráið afganginum af osti jafnt yfir. Bakið við lága stillingu í 3 klst.

69. Crock Pot bakaðar sætar kartöflur

Þjónar 4

HRÁEFNI :

4 miðlungs sætar kartöflur - þvoðu vandlega og þurrkaðu

6 tólf tommu ferninga af álpappír

LEIÐBEININGAR

Krumpið álpappírsferningana í 6 hringlaga kúlur. Settu álpappírskúlurnar í botninn á pottinum þínum.

Þeir munu þjóna sem hilla fyrir kartöflurnar.

Raðið heilu sætu kartöflunum (með hýði) jafnt ofan á álpappírskúlurnar. Lokið pottinum og eldið á Low í 8 klukkustundir.

Sætar kartöflur má bera fram með kanil, púðursykri, valhnetum, pekanhnetum, marshmallows eða kryddjurtum.

EFTIRLITIR

. Ananaskaka á hvolfi

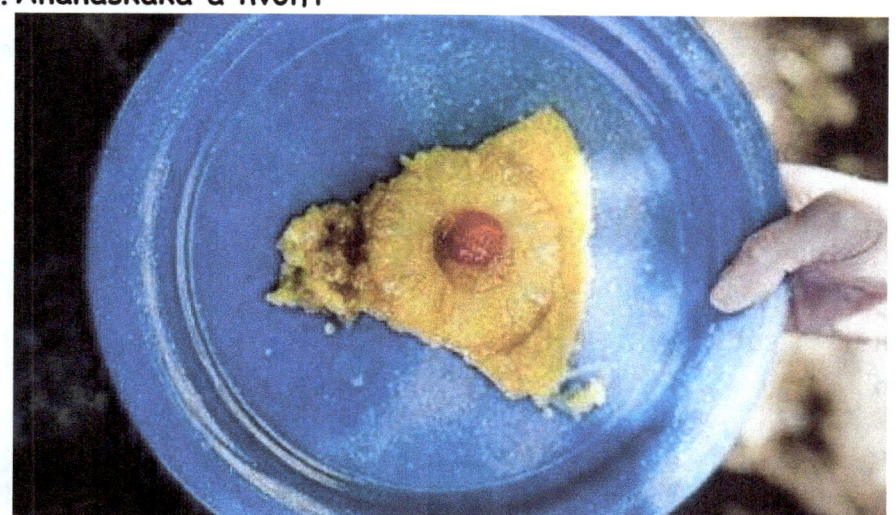

HEILDAR ELDUR TÍMI: 1 Klukkutími
DÓTTUR: 8

HRÁEFNI :
1 ½ tsk lyftiduft
6 sneiðar ananas
2/3 bolli púðursykur
½ teskeið af salti
1/3 bolli smjör
Mjólk, 1 bolli
8-10 maraschino kirsuber
Vanilla, 1 tsk
1 egg
1 ¼ bolli hveiti
1 bolli af sykri

LEIÐBEININGAR
Vefðu álpappír utan um Crockpot.
Stilltu ofninn á 350 gráður Fahrenheit.
Bræðið smjörið í ofninum og bætið svo púðursykri ofan á smjörið.
Raðið ananassneiðum og ananashringkirsuberjum yfir smjör-sykurblöndu.
Blandið hinum hráefnunum saman og þeytið í 3 mínútur, eða þar til slétt.
Leggið deigið ofan á ananas áleggið.
Bakið í 50 mínútur yfir kolum á botni og toppi.

Crockpot dump kaka

HEILDAR ELDUR TÍMI: 25 MÍNÚTUR
DÓTTUR: 6

HRÁEFNI :
½ bolli smjör
21 únsu dós af ávaxtakökufyllingu að eigin vali
1 kassakökublanda með ávaxtafyllingu
12 aura dós sítrónu-lime gos

LEIÐBEININGAR
Vefðu álpappír um ofninn þinn.
Bræðið smjör með því að nota Crockpot; Bæta fyllingu út í og strá síðan bökublöndu ofan á.
Bakið í 25 mínútur með gosdrykknum ofan á.

Crockpot Apple Cookie Cobbler

HEILDAR ELDUNARTÍMI: 35 MÍNÚTUR
DÓTTUR: 6

DEIGSKORPA:
2 bollar af hveiti
1 matskeið af mjólk
Sykur, 1 bolli
Smjör, 1/3 bolli
Lyftiduft, 1¼ teskeið
1 hrært egg
¼ teskeið salt
½ tsk vanilla

FYLLING:
1-1/2 tsk kanill
6 bollar skorin og afhýdd epli
1 bolli púðursykur
klípa af múskat
2 matskeiðar af hveiti
½ msk sítrónusafi

LEIÐBEININGAR
Blandið saman sykrinum og smjörinu.
Blandið eggi, mjólk og vanillu saman við.
Sigtið saman þurrefnin .
Blandið rjómablöndunni saman við.
Blandið saman sykrinum og kanilnum.
Stráið yfir deigið; bakið í 35 mínútur, eða þar til þær eru gullinbrúnar.
Toppið með þeyttum rjóma.

Einfaldlega Crockpot súkkulaðikaka

HEILDAR ELDUR TÍMI: 1 Klukkutími
DÓTTUR: 8

HRÁEFNI :
2/3 bolli jurtaolía
Súkkulaðiflögur
2 bollar af sykri
3 bollar af hveiti
2 bollar af köldu vatni
flórsykur
Salt, 1 tsk
2 matskeiðar af ediki
½ bolli kakó
2 tsk matarsódi

LEIÐBEININGAR
Blandið þurrefnunum saman og blandið síðan afganginum vandlega saman við.

Smyrðu og hveiti pottinn þinn og helltu svo kökudeiginu út í og settu síðan súkkulaðibita yfir.

Notaðu 10 kol í botninn og 17 kol efst í 40 mínútur í ofni.

Eftir 20 mínútur skaltu taka af lágum hita og baka aðeins ofan á.

Áður en borið er fram, stráið flórsykri yfir.

4. Crockpot ferskja eftirréttur

HEILDAR ELDUNARTÍMI: 35 MÍNÚTUR
DÓTTUR: 6

HRÁEFNI :
2/3 bolli smjör
2 tsk vanillu
3 bollar af hveiti
1 bolli af sykri
3 tsk lyftiduft
2-16 aura niðursoðnar ferskjur,
1 bolli púðursykur
2 egg
Salt, 1 tsk
1 ½ bolli af mjólk

LEIÐBEININGAR
Hyljið Crockpot með álpappír.
Settu tæmdu ferskjurnar í botninn á Crockpotinu.
Blandið deiginu saman við.
Bakið í 35 mínútur á 8 kolum á botninum og 16 kolum ofan á með loki.

5. Crockpot epli stökkt

HEILDAR ELDUR TÍMI: 20 MÍNÚTUR
DÓTTUR: 6

HRÁEFNI :
Valshafrar, 1 bolli
½ bolli púðursykur
2 matskeiðar af hunangi
2 teskeiðar af kanil
Eplapökufylling, 4 dósir
1 tsk sítrónusafi
klípa af múskat

LEIÐBEININGAR
Látið eplakökufyllinguna malla í ofninum.
Hellið hunangi og sítrónusafa yfir fyllinguna.
Blandið þurrefnum saman og dreifið yfir eplin.
Eldið í 20 mínútur þar til haframjölið er gullbrúnt.

Crockpot brómberjabúðingur

HEILDAR ELDUNARTÍMI: 45 MÍNÚTUR
SKAMMAR: 10 - 12

HRÁEFNI
Sjóðandi vatn, 2 bollar
Hveiti, 2 bollar
Lyftiduft, 2 tsk af
Mjólk, 1 bolli
Smjör, 1/3 bolli
2 bollar af sykri
Salt, 1 tsk
2 bollar brómber

LEIÐBEININGAR
Þeytið sykurinn og smjörið.
Sigtið saman hveiti, salt og lyftiduft; bætið svo sykrinum og smjörkreminu út í ásamt mjólkinni.
Blandið öllu saman og hellið í Crockpot.
Stráið brómbernum ofan á og hellið heita vatninu yfir blönduna.
Bakið við 350 gráður í um það bil 45 mínútur þar til toppurinn er gullinbrúnn.

Crockpot ananas kaka á hvolfi

HEILDAR ELDUNARTÍMI: 40 MÍNÚTUR
SKAMMAR: 10 - 12

HRÁEFNI
1 krukka af maraschino kirsuberjum
Púðursykur, 1/2 bolli
8 aura dós ananas, sneið
non-stick úða
1 pakki af kökublöndu

LEIÐBEININGAR
Gerðu kökuna í samræmi við leiðbeiningar á pakkanum.

PAM inni í ofninum og raðið ananasnum í Crockpot botninn.

Raðið kirsuberjum í miðju ananas sneiðar.

Púðursykri skal stráð yfir ávextina.

Bakið í 40 mínútur, lokið.

Hvolfið Crockpot á disk.

3. Ávaxtaskóvél í Crockpot

HEILDAR ELDUNARTÍMI: 40 MÍNÚTUR
DÓTTUR: 8

HRÁEFNI
½ stafur af smjöri, skorið í sneiðar
1 kassi af kökublöndu
Sykur
ávöxtur að eigin vali

LEIÐBEININGAR
Smyrjið létt á Crockpot og fyllið 2/3 með söxuðum ávöxtum.
Stráið sykri yfir.
Bætið kökublöndu við ávextina.
Setjið nokkrar bollur af smjöri í kökublönduna.
Bakið í um það bil 40 mínútur.

Crockpot þriggja súkkulaðikaka

HEILDAR ELDUR TÍMI: 28 MÍNÚTUR
SKAMMAR: 10 - 12

HRÁEFNI
12 aura súkkulaðiflögur
1 súkkulaðiköku blanda
1 pakki af súkkulaðibúðingi

LEIÐBEININGAR
Útbúið kökublöndu samkvæmt leiðbeiningum á pakka.
Bætið búðingblöndunni og súkkulaðiflögum út í og dreifið í forhitaðan Crockpot.
Bakið í um það bil 28 mínútur.

80. Crockpot Fruit Crisp

HEILDAR ELDUNARTÍMI: 40 MÍNÚTUR
SKAMMAR: 10 - 12

HRÁEFNI
ÁVINDUR:
Kanill, 1 tsk
1 tsk börkur af sítrónu
1 ½ matskeið sítrónusafi
Múskat, 1 tsk
3 pund af ávöxtum, saxað

UFJUNARBLANDA:
1 teskeið af kanil
1 bolli af hraðelduðu höfrum
Púðursykur, 1 bolli
½ bolli af hveiti
1 stafur af smjöri, bræ tt
½ teskeið af múskat

LEIÐBEININGAR
Smyrjið Crockpotið létt.
Stráið kanil og múskat yfir ávextina.
Bræðið smjörið og bætið við haframjöli, hveiti og sykri.
Hyljið ávextina með álegginu
Bakið í 40 mínútur

81. Þýskar pönnukökur

HEILDAR ELDUR TÍMI: 26 MÍNÚTUR

DÓTTUR: 4

HRÁEFNI :

¼ teskeið salt

7 matskeiðar af smjöri

Mjólk, 1 bolli

6 egg

1 bolli af hveiti

LEIÐBEININGAR

Bakið í 26 mínútur.

82. Crockpot pylsa morgunmatur

HEILDAR eldunartími: 60 MÍNÚTUR

DÓTTUR: 4

HRÁEFNI :

Salt, 1 tsk

8 egg

Möluð pylsa, 2 pund

9 brauðsneiðar án skorpu, í teningum

3 bollar af mjólk

2 bollar rifinn cheddar ostur

LEIÐBEININGAR

Eldið pylsur og hellið síðan af.

Blandið saman mjólk, eggjum, brauði og salti.

Bætið pylsunni og cheddarostinum út í eggjablönduna.

Fylltu aftur á Crockpot með hráefninu og bakaðu síðan í 60 mínútur með 8 kolum neðst og 16 efst.

83. Crockpot Grillaður ostur

HEILDAR ELDUR TÍMI: 20 MÍNÚTUR

DÓTTUR: 2

HRÁEFNI :

4 brauðsneiðar

Provolone ostur

1 Stafsmjör

LEIÐBEININGAR

Smyrjið smjöri á hvern brauðbita og toppið með ostinum og brauðsneiðunum sem eftir eru með smjöri niður, á forhitunarlokinu.

Snúið við og grillið þar til það er brúnt.

84. Crockpot franskt ristað brauð

HEILDAR ELDUR TÍMI: 10 MÍNÚTUR

DÓTTUR: 4

HRÁEFNI :

1 tsk vanillu

4 egg

½ bolli mjólk eða hálft og hálft brauð

1 teskeið af kanil

jurtaolía og pappírshandklæði

LEIÐBEININGAR

Settu Crockpot hlífina á hvolfi yfir kolunum.

Penslið jurtaolíu á lokið.

Með hrærivél eða gaffli skaltu sameina öll hráefnin þar til þau eru vel sameinuð.

Smyrjið brauðinu með blöndunni.

Eldið á báðum hliðum á Crockpot loki í 4 mínútur á hvorri hlið eða þar til gullbrúnt.

85. Crockpot pönnukökur

HEILDAR ELDUR TÍMI: 20 MÍNÚTUR

SKAMMAR: 12-16 Pönnukökur

HRÁEFNI :

3 tsk lyftiduft

2 bollar hveiti

2 bollar mjólk

Bráðið smjör, tvær matskeiðar

Salt, 1 tsk

Grænmetisolía

1 egg

LEIÐBEININGAR

Blandið saman salti, lyftidufti og hveiti.

Blandið egginu og mjólkinni saman.

Blandið blöndunum tveimur saman við brædda smjörið.

Settu smurða Crockpot hlíf á hvolfi yfir kolin.

Hellið deiginu í miðju pönnu.

Eldið þar til það er freyðandi og brúnt ofan á.

Brúnið hina hliðina eftir að hafa snúið við.

86. Crockpot Pítu vasar

HEILDAR ELDUR TÍMI: 10 MÍNÚTUR

DÓTTUR: 4

HRÁEFNI

1 laukur, saxaður

1 hvítlauksgeiri

1 pund pylsa

Pítubrauð

12 þeytt egg

1 paprika, söxuð

1 krukka af sósu

LEIÐBEININGAR

Gerðu Crockpot tilbúið.

Steikið pylsur með lauk, hvítlauk og pipar.

Hrærið eggjunum út í.

Skellið soðnu blöndunni í pítuvasana.

87. Crockpot Country morgunverður

DÓTTUR: 4

HRÁEFNI

1 pund svínakjötspylsa í lausu, mulin

12 egg

1 kassi kjötbrúnar kartöflur

1 bolli cheddar ostur rifinn

LEIÐBEININGAR

Settu svínapylsuna í Crockpot.

Sjóðið pylsuna þar til hún er tilbúin, þakin vatni.

Bætið Hash kartöflunum út í og sjóðið síðan.

Steikið pylsu- og kartöflusamsetninguna þar til kartöflurnar eru brúnar.

Gerðu margar dældir ofan á kartöflunum með skeið og brjóttu 2 egg í hverri lægð.

Þegar hvíturnar eru alveg soðnar, stráið osti yfir og látið malla aftur í nógu lengi til að osturinn bráðni.

88. Crockpot pylsa pottur

HEILDAR ELDUR TÍMI: 10 MÍNÚTUR

DÓTTUR: 4

HRÁEFNI

2 pund af pylsum

Salt, 1 tsk

2 egg

15 aura cheddar ostur, rifinn

8 brauðsneiðar

1 tsk þurrt sinnep

4 bollar mjólk

LEIÐBEININGAR

Notaðu þunga álpappír, klæððu Crockpot og smyrðu álpappírinn með smjöri.

Brjótið brauðið í ofninum.

Myljið soðna pylsukjötið yfir brauðið og stráið síðan osti yfir.

Peytið egg, mjólk, sinnep og salt.

Raðið brauðinu, pylsunni og ostinum í ofninn og hellið eggjablöndunni ofan á.

Bakið í 38 mínútur, skoðið af og til.

89. Crockpot morgunmatur

HEILDAR ELDUR TÍMI: 20 MÍNÚTUR

DÓTTUR: 6

HRÁEFNI

1 laukur, sneiddur

1 bolli beikon, sneið

hassbrúnar kartöflur, 5 bollar

1 bolli cheddar ostur, rifinn

12 egg

1 krukka af sósu

LEIÐBEININGAR

Brúnið beikonið og laukinn. Bæta við kjötkássa.

Eldið í 14 mínútur eða þar til eggin byrja að stífna.

Þegar eggin eru orðin öll stíf og osturinn bráðinn, stráið osti yfir eggjablönduna, setjið lok á pönnuna og hitið áfram í nokkrar mínútur.

90. Crockpot Crustless Quiche

HEILDAR ELDUNARTÍMI: 40 MÍNÚTUR

DÓTTUR: 4

HRÁEFNI

1/2 bolli af smjöri

1/2 bolli af hveiti

2 bollar kotasæla

10 egg

1 tsk lyftiduft

Mjólk, 1 bolli

Rjómaostur, 1/2 bolli

Salt, 1 tsk

Monterey Jack ostur, 1 pund

1 tsk af sykri

LEIÐBEININGAR

Bræðið smjörið og blandið hveitinu saman við; látið malla í nokkrar mínútur.

Blandið saman eggjum, mjólk, ostum, matarsóda, salti og sykri.

Bakið við 350 gráður í 40 mínútur.

91. Morgunverðarrúllur

HEILDAR ELDUNARTÍMI: 40 MÍNÚTUR

SKAMMAR: 6 TUFT

HRÁEFNI

4 egg

1 lítri af súrmjólk

5 bollar af hveiti

2 bollar af sykri

6 bollar af rúsínuklíði

6 teskeiðar af matarsóda

Mjúkt smjör, 1 bolli

2 bollar af sjóðandi vatni

LEIÐBEININGAR

Blandið vatninu og matarsódanum saman við.

Blandið saman smjöri, eggjum og sykri og bætið svo súrmjólkinni og hveitinu út í.

Bætið við vatnsblöndunni og hrærið.

Setjið rúsínuklíðið inn í.

Bakið í 30 mínútur.

92. Bláberja möffins

HEILDAR ELDUR TÍMI: 15 MÍNÚTUR

DÓTTUR: 4

HRÁEFNI

2 bollar hveiti

2 þeytt egg

1 bolli af sykri

Mjólk, 1 bolli

1 bolli af bræddu smjöri

1 tsk múskat

1 matskeið lyftiduft

1 bolli bláber

Salt, 1 tsk

1 bolli möndlur, sneiddar

1 skeið af sykri

LEIÐBEININGAR

Blandið þurrefnunum saman.

Blandið saman mjólkinni, smjörinu og eggjunum.

Blandið blöndunum tveimur saman og blandið bláberjunum saman við.

Flyttu yfir í muffinsform.

Stráið 1 msk sykri og möndlum yfir.

Bakið í 14 mínútur við 400 gráður.

93. Crockpot kanill kleinuhringir

HEILDAR ELDUR TÍMI: 10 MÍNÚTUR

DÓTTUR: 4

HRÁEFNI

Nokkrar túpur af ísskápskökum

Blanda af sykri og kanil

Matarolía

LEIÐBEININGAR

Hitið matarolíu í Crockpot.

Gerðu kökurnar tilbúnar með því að búa til hring úr þeim með þumalfingrinum.

Hellið þeim með skeið í hituðu olíuna.

Eftir að hafa tekið þær upp úr olíunni skaltu húða þær með kanil-sykriblöndunni.

94. Crockpot Pecan & Caramel Rolls

HEILDAR ELDUR TÍMI: 10 MÍNÚTUR

DÓTTUR: 4

HRÁEFNI

Púðursykur, 1/2 bolli

1 matskeið rúsínur

1 túpa af ísskápskökum, í fjórðu lagi

1 bolli saxaðar valhnetur

1 stafur af smjöri

Klípa kanil

1 matskeið af vatni

LEIÐBEININGAR

Bræðið smjör, sykur, kanil og vatn til að búa til karamellu.

Blandið valhnetum og rúsínum saman við og blandið karamellublöndunni saman við; hrærið þar til það er jafnt dreift.

Bakið smákökur þar til þær eru gullnar.

95. Crockpot kjöt og grænmeti

HEILDAR ELDUR TÍMI: 10 MÍNÚTUR

DÓTTUR: 4

FYLLING:

2 matskeiðar olía

1 bolli kalt soðið kjöt, saxað

1 bolli blandað grænmeti, skorið í bita

DEIG:

Mjólk, 1 bolli

2 bollar af sjálfhækkandi hveiti

Klípa af salti

1 egg

LEIÐBEININGAR

Setjið hveiti, salt og egg í skál og hrærið vel áður en mjólk er smám saman bætt út í til að mynda deig.

Hrærið soðnu kjötinu og grænmetinu út í.

Blandan ætti að hella í upphitaða olíu með því að nota Crockpot.

Um leið og brúnirnar eru stífnar skaltu snúa þeim við.

96. Crockpot quiche

HEILDAR ELDUNARTÍMI: 40 MÍNÚTUR

DÓTTUR: 12

HRÁEFNI

1 bolli sveppir, sneiddir

1 pund af beikoni eða pylsum, saxað

3 bollar af nýmjólk

1 bolli laukur, sneiddur

2 bollar rifinn ostur

1 tsk pipar

1 bolli græn paprika, saxuð

6 egg

2 bollar Bisquick

Salt, 1 tsk

LEIÐBEININGAR

Brúnið beikonið.

Steikið sveppina, laukinn og græna piparinn; rífið smá ost ofan á.

Blandið saman Bisquick, mjólk, eggjum, salti og pipar og hellið ofan á.

Bakið í 32 mínútur þar til þær eru gullnar.

97. Crockpot Cheddar Mountain Man

HEILDAR ELDUR TÍMI: 10 MÍNÚTUR

DÓTTUR: 12

HRÁEFNI

Klípa salt og pipar

2 pund kjötbrúnar kartöflur, rifnar

Beikon, 1 pund

1 pakki af mjúkum pylsum

6 egg

1/2 bolli af mjólk

1 bolli cheddar ostur, rifinn

LEIÐBEININGAR

Eldið beikonið og pylsuna með því að nota Crockpot.

Bætið kjötkássa út í.

Bætið mjólkinni, eggjunum, salti og pipar út í og eldið þar til það er hálf stíft.

Bakið með osti ofan á.

98. Crockpot morgunmatur pottur

HEILDAR ELDUNARTÍMI: 40 MÍNÚTUR

DÓTTUR: 8-10

HRÁEFNI

4 bollar af pylsum

15 aura cheddar ostur, rifinn

Salt, 1 tsk

12 egg

8 brauðsneiðar

1 lítra af mjólk

1½ tsk þurrt sinnep

LEIÐBEININGAR

Brjótið brauðið í ofninum.

Myljið soðna pylsukjötið yfir brauðið og stráið síðan osti yfir.

Raðið brauðinu, pylsunni og ostinum í ofninn.

Blandið eggjum, mjólk, þurru sinnepi og salti saman við.

Lokið og bakið í 40 mínútur.

99. Pítu vasa morgunmatur

HEILDAR ELDUR TÍMI: 20 MÍNÚTUR

DÓTTUR: 6

HRÁEFNI

2 bollar pylsa

2 matskeiðar ólífuolía

Pítubrauð

1 paprika, skorin í teninga

1 krukka af sósu

1 hvítlauksgeiri, saxaður

1 laukur, saxaður

12 þeytt egg

LEIÐBEININGAR

Brúnið pylsuna og steikið síðan með lauk, hvítlauk og pipar. Bætið eggjum við.

Færið í pítuvasana ásamt sósunni.

100. Crockpot Hash Brown Quiche

HEILDAR ELDUR TÍMI: 1 Klukkutími

DÓTTUR: 6

HRÁEFNI

Mjólk, 1 bolli

1 bolli heitur ostur, rifinn

3 egg

1 tsk kryddað salt

2 bollar svissneskur ostur, rifinn

Klípa pipar

1 bolli smjör, brætt

2 bollar soðin skinka, skorin í teninga

36 únsur. Kartöflur, soðnar og maukaðar

LEIÐBEININGAR

Crockpot ætti að vera smurt.

Búðu til sterka skorpu á kartöflurnar áður en þær eru bakaðar með því að pensla bráðið smjör á skorpuna.

Bakið réttinn við háan hita (425°f) í um það bil 25 mínútur.

Toppið með osti og skinku.

Hellið þeyttum eggjum, mjólk og kryddi yfir skinkuna og ostinn.

Bakið í um það bil 35 mínútur þar til það er stíft.

NIÐURSTAÐA

Ef þú vilt ekki eyða of miklum tíma í að þræla í eldhúsinu eru nokkrar uppskriftir sem þú getur farið eftir sem innihalda aðeins fimm hráefni eða minna. Þessar uppskriftir eru ekki aðeins auðvelt að fylgja heldur eru þær líka mjög hollar, þannig að þú getur samt notið uppáhalds þægindamatarins þíns án þess að þurfa að treysta á að taka með.

Leyfðu þessari bók að vera leiðarvísir þinn um hvernig á að undirbúa uppáhalds crockpot uppskriftirnar þínar með því að nota aðeins 5 hráefni. Með þessari bók muntu geta notið uppáhalds máltíðanna þinna að frádregnum erfiðu starfi sem þú þarft að leggja í eldhúsið.

www.ingramcontent.com/pod-product-compliance
Lightning Source LLC
Chambersburg PA
CBHW070349120526
44590CB00014B/1063